மிக நீண்ட உடலின் துயரம்

பவித்ரா

எழுத்து
பிரசுரம்

Title: Miga Neenda Udalin Thuyaram
Author's Name: Pavithra

Published by Ezutthu Prachuram

Zero Degree Publishing
No. 55(7), R Block, 6th Avenue,
Anna Nagar,
Chennai - 600 040

Website: www.zerodegreepublishing.com
E Mail id: zerodegreepublishing@gmail.com
Phone: 89250 61999

Ezutthu Prachuram First Edition: July 2022
ISBN: 978-93-93882-23-3
TITLE NO EP: 355

Rs.

Cover Art:Rudra
Layout: Vijayan, Creative Studio

பெண்கள்
அமைதியாய் இருக்கிறார்கள்
இரவு அமைதியாய் இருக்கிறது
அகம் புறம்
அமைதியாய் இருக்கிறது
இவ்வாழ்வு
இறந்து கிடக்கிறது

1

அண்டத்துணியாத
சாத்தானைப் போல்
மூர்க்கமானதோர்
அமைதியைத்
தியானமென்கிறாய்
கோட்டான் ஒலிகள்
என்னிரவை
அதிர்க்கிறது.
தவிட்டுக்குருவியின்
இறகில் ஒளிரும் பகலை
சகித்துக் கடக்கிறேன்
மெல்லமாய்க் கனியும்
என்னுடலைச்
சுமந்தபடி.

2

வெங்கலப்பேழையைப்
பன்னீரால் நிரப்புகிறாய்
அடர்த்தியில்
கமகமக்கிறது பேழை
பேழையின் நிறத்தில்
சட்டை அணிந்து,
எதிரில் அமர்ந்திருக்கும்
உன்னைத்
தொட்டு தொட்டுப்
பூசுகிறேன்
மார்பெல்லாம்
மழையின் வாசம்..

3

தீராநதிச் சுழலில்
தாகத்திற்காய்
கரமேந்துகிறேன்
ஒற்றை வரியில்
நிலம் அதிரும் அருவி
பகடைகள் ஊமையாகும்
இராக்களில்
தாயம் விழ மறுக்கிறது.

4

ஆன்மாவை ஓடென ஏந்தி
வாசலில் குலவையிட்டு
சூலத்தால்
தன்னையே
புணர்கிறாள்
என்
காளி.

5

அமிலம் மாரியாய்
பொழிகிறதென்னுள்
கைகளிரண்டிலும்
தாளாக் கனம்.
அந்தரத்திலுன் தாளம்
நடனமிடுகிறது கொங்கை
நிதம்பச்சத்தம்
உடுக்கையொலி
கொட்டுக இடி
பொழிகிறது
வான்

6

உதிரம் அடங்காத
இரவுதட்டைக்
கிழித்து கிழித்து
என் முன் மண்டியிடுகிறாய்..
நிர்வாணமுடுத்தி
பாலூட்டும் மூர்க்கத்தில்
திறக்கிறேன்
நிதம்ப வனத்தை
எவரும் இசைக்காத ராகத்தில்
இரவு முழுவதும்
ஓலமாய்
பாடலொலிக்கிறது.
யாமத்தின்
நித்திரைகளில்
சிறுபிராயத்தைச்
சம்மட்டியால்
அடித்து அடித்து
நிமிர்த்துகிறேன்

7

உணவுத்தட்டில்
நெளியும்
மாமிசங்களுக்கு
இரக்கம் பீடிக்கும்படி
புனைக்கதை வரைகிறேன்
மசியாத ஈரல்
உள்நாக்கில் இறங்குகிறது..
குடலெங்கும்
மரணத்தை சுமக்கும் போது
எனதுடலை
புதைத்திருந்தார்கள்..

8

சபிக்கப்பட்ட
நம்
யோனி மயிர்களுக்கும்
முலைக் காம்புகளுக்கும்
கற்பென்று
துதிப்பார்கள்
மகளே.
யோனிமேட்டில்
வர்ணங்களைக் குழைத்துப் பூசுவார்கள்
கௌரவத்தின் இலச்சினைக்குறியென
நிதம்பத்தை
அறைவார்கள்
நம்பிவிடாதே.
விரியும்
கரங்கள்
முதலில் சோதிப்பதும்
அதைத்தான்
அன்பொழுகத் தலைக்கோதும்
கரங்களுக்கு
கற்பு
தேவையற்றதென்பதை
மட்டும் மறவாதே
நிதம்பத்தாலான
உலகிது கண்ணே

9

காட்டுப்பன்றியை விழுங்கி
ஊர்ந்தசையும்
மலைப்பாம்பின்
உடலொத்த
இராவிது.
சூனியப் பொம்மையாய்
சாளரத்தை வெறிக்கும்
கண்களில்
மிதச்சூரிய நிறம்
சோசியக்கிளியின்
கழுத்து மஞ்சள் கோட்டில்
அசையும் வண்டிற்கு
பைத்தியம் பிடிக்கும்
நாள் இன்று.
ஆகாயத்தை நோக்கி
ஊளையிடும்
செந்நிற நாயைக்
காண்கையில் கதவை,
மரவட்டையாய்ச் சுருட்டி வைக்கிறேன்
பட்டாம்பூச்சியையும்
வானவில்லையும்
புத்தகங்களில் அடைத்து
வண்ணம்
தீட்டிக்கொண்டேயிருக்கிறேன்
நானும்
பிறகு
மகளும்.

10

நீண்ட பகலைச் சுவைத்துண்ணும்
இருளை
நடுங்கியபடியே
வர்ணம்
தீட்டிக் கொண்டிருக்கிறாய்
அக்கணத்தில்
மாம்பச்சை நிறத்தில்
அந்தரத்தில் மிதந்துக்
கொண்டிருக்கிறது
மேகம்
தேம்பி அழும் மகளின்
கண்களில்,
துளிதுளியாய் வழிகிறது
அருவி.

11

மகள் வரைந்த காகிதத்தில்
பெரிய வனமொன்று
அசைந்து அசைந்து
முன்னால் நடக்கிறது
கால்களில் சங்கிலியால்
கட்டப்பட்டிருந்தது..
பாகனால் பிச்சையெடுக்கப்
பழகியிருந்தது
ஓர்நாள்
மதம் பிடித்துப் பிளிறியது..
மற்றொருநாள்
அதன் தந்தங்களில் செய்த
யானை பொம்மைக்கு
விலை ஒட்டப்பட்டிருந்தது
அங்குசத்தை
மிதித்தபடி
யானை புன்னகைக்கிறது
இப்பொழுது

12

நம் காதலின்
ஆறாம் வருட திவசநாள் இன்று..
தொடையதிரும்
வேகங்களோடும்
சப்தங்களோடும் போட்டியிட்டு
இருப்புபாதைகளுக்கிடையே
நெடுஞ்சாண்கிடையாக
விழுந்து விட்ட சொற்கள் இவை
ஆற்றுமணலில்
கூழாங்கற்களைச்
சேகரிக்கும் சிறுமியாய்
நம் நேசங்களை
வருடிக்கொண்டிருக்கிறேன்.
விண்மீன்களுக்கிடையே
கோலம் வரைந்து பழகும்
மார்கழிமாதத்தில்
எலும்பு மஜ்ஜையும் உறையும்
கடுங்குளிரின் நடுக்கங்களிடையே

உன்னுஷ்ணம் எதிர்நோக்கும்
நேர்மை மனதைப் பழித்து விட்டு
தணலெதிரே
அமர்ந்துவிட்டேன்..
மெய்ஞானங்களை அலசும்
அரையிருளின் நியாயங்கள் யாவும்
இருளுக்கும் ஒளிக்கும்
இடையே விசும்புகிறது

உனக்கும் எனக்கும் இடையே
மெல்லிய
கயிறு

13

தற்கொலை ஏடுகளைத் தவிர்த்தல்

ஜூவாலையின் எதிரே கருகும்
செண்டு முல்லை.
சம்பிரதாயங்கள்
கரகோஷங்கள்
அக்கினியைச்
சுற்றுகிறோம்
என்னிரு பாதங்களும்
நிதானிக்கிறது.
சுழியங்களோடு
மேலும் கீழும்
நெருஞ்சிமுட்களின்
பசுமை.
நானோ
அல்லது
நீயோ
தனித்திருத்தல் நலம்.

14

கண்ணீரை அடக்கியபடி
சில அவமானங்களைப்
பகிர்ந்திருக்கிறேன்.
அனுபவிப்பதை விடப்
பகிர்தலென்பது
எவ்வளவு
வலியென்று அறிவாயா.
முச்சந்தியில்
நிர்வாணமாய்
நிற்பதைப்போலான
அவமானங்களைத்தான்
உன்னிடம் மறைத்திருக்கிறேன்.
ஆண்
விழிகளின் முன்
அம்மணம் என்பது
வெற்று யோனி
அந்த அவமானங்கள்
சகித்துக்கொள்ள முடியாதவை.

அவமானங்கள்
சங்கடப்படுத்துபவை.
அவமானங்கள்
அழச்செய்பவை.
அவமானங்கள்
நிர்மூலமானவை.
அவமானங்கள்
தனிமையானவை..
அவமானங்கள்
என்னைப் பைத்தியமாக்குபவை.
அவமானங்கள்
மரணத்தைத் தூண்டுபவை.
அந்த
அவமானங்கள்
என் கர்ப்ப வாயைக்
காட்சிப்படுத்துபவை.

15

இருதயத்தைக் கொத்தும்
நினைவு மீனின் செதில்களில்
உப்பைப் பரபரவெனத் தேய்க்கும்
இப்பூதப் பகலில்
நத்தைக்குப் பின்னே
மௌனங்களை அள்ளி
கழுத்தில் சூடி
நடைபோடுகிறேன்
மூளைக்கூட்டின்
வார்த்தைக்குவியலில்
கவிதையின் சாயலேதுமற்ற
காகிதத்தைப் பரிசளிக்கிறது
மரணத்தைப்போலொரு
அன்பற்ற இரவு

16

நமக்கான நாளின்
புகைப்படமொன்றில்
தலைகுனிந்தபடியே
எப்போதும்
பரிகாசமாய் புன்னகைத்துக்
கொண்டிருக்கிறேன்
நான்
என்னிடம்.

19

பெரும் சப்தத்துடன் வெடிக்கும்
கர்சர் பாறையின் புழுதிகளாய்
என்னில்
அப்பிக்கொண்டிருக்கிறாய்.
நகர்ந்துக்கொண்டே
வீடெங்கும் துழாவும்
குருடியின் சாயலில்
உனையடைகிறேன்.
தேன்சிட்டுக்கூடுகள்
தொங்கும் மரத்தில்
முனைபிரிந்த
மஞ்சள்நிற நைலான் கயிற்றில்
தொங்கச்செய்திருக்கிறார்கள்.
மறையும் இருளுக்குச்
சுடுகாட்டுப் பிணங்களில்
விடியலைச் செய்துக்கொண்டிருக்குமுன்
துளி வியர்வையிட்டு
எனை பொசுக்கு.
விருந்தோம்பலற்ற
பதினாறாம் நாளில்
கருப்பு நிற காக்கைக்கு
அழுதபடியே
முதல் சோறிடுகிறார் அப்பா.
அலறிக் கரைகிறது
காகம்.

20

துயரின் கடைசி அத்தியாயம்

மந்தகாசப்பூனையொன்று
வாலசைத்து அழைக்கிறது.
எவரும்
பார்க்காத போது
வேட்டையாடிய வௌவாலை
உண்ண கொடுக்கிறது.
ஓ ஜீவனே
மஞ்சள் காமாலை பீடித்த
சாயந்திரத்தில்
குழைந்து சரியும்
பனிக்கட்டிகளைப் பூனையைப்போல்
வீடெங்கும் அடுக்குகிறேன்
என் காமம்
அறுந்து விழுந்த
கதவிடுக்கில்
கசியும் பூனையை
நீங்கள் பார்த்திருக்கிறீர்களா?

21

ஊமைத்தழல்

அஞ்ஞானவாசத்தின்
பெரும் யாக்கை
துதிக்கூட்டிய
முப்பெரும் வழமை
யானொரு பொதுப்பட்டியல்
சுகித்திருக்கும்
பெரும் மூங்கில்வனத்தின்
வசீகரங்களுக்குக்
கசப்பேறிய முலைப்பால்
ஜோதியின் கடுஞ்சூட்டின்
இடர்பாட்டுப் பறவை
அங்குசத்தின் வசமான
பெருங்களிறு நான்
இறும்பூது
என்னிலோர்
அதிசய அக்னித் துளி
செழிக்கும்
தணல் காடு
யானென்று
கங்கு
கங்காய்..

22

புகையிலைத்தாளின் மணம் போல்
வேறெங்கும் புலனறுப்பில்லை,
வயதுமுதிர்ந்த மார்பகங்கத்தின்
புளித்த பால்வாடை எங்கெங்கும்.
நாணிக்கூசும்
காமம் பழகிய தொடைகள்
எனக்கானதொரு
மீச்சிறு ஒளியின்
பிரகாசத் தொணியறுபட்ட
சிலந்தி வலையில் அகப்பட்ட
விட்டில் பூச்சி மாதிரியாய்
என் வயிறெங்கும்
ஒலிக்கும் சின்னஞ்சிறிய
கேவல்கள்.

23

முதன்முதலில் சந்தித்த அன்று
நண்பர் ஒருவர்
இறந்ததாகச் சொன்னாய்.
வாகனத்தில்
தெரியாதது போலான
உரசலிலும்
ஸ்பீட் பிரேகர் அசைவுகளின்
நெருக்கத்திலும்
ஆறுதல் கூறிக்கொண்டோம்.
பேசாத சமயங்களில்
குரல் பதிவுகளைத்
தேடியிருக்கிறேன்.
அந்தரங்கம் என்று
ஏதும் இல்லாத போதும்
பெரும்பாலும்
பாடல்களையே
பகிர்கிறாய்.
துக்கமும்
காமமும்
மரணமும்
மௌனமாய் நம்மைத்
தொலைவில் நிறுத்துகிறது.
உடல்
சோர்வுறும் சமயம்
அக்கடாவெனச் சாயும் சுவரில்
உன் நிழல் படிந்திருக்கும்.

24

ஆகாயத்தின் வெளீர் நிறத்தை
கிரகித்தபடியே,
உலர்ந்துக்கிடக்கும்
வெண்ணிற சங்கை ஊதுகிறேன்
மரணத்தின் நிறத்தில் கேட்கும்
ஒ்லியின் பூரணத்தில்
சிதறி
நிரம்புகிறதென் உடலிடுக்கு
விட்டுவிட்டு
கோர்த்தலையுமென்
மரணத்தை
உனக்கு
தானமிடுகிறேன்
அறிக
மரணத்திற்கு
முத்தமென்று பொருள்.

25

பிணத்தை
எரிக்கிறேன்
புகையில்
நிணமொழுகும் நாற்றம்
சரீரமற்றவளாவதற்கு
அவ்வளவும் துடிப்பு
மூக்கைப் பொத்தியபடி
நெருப்பைக்கூட்டுகிறேன்.
நெஞ்சுக்குழி பஸ்பமாகிறது
விடாப்பிடியான பாரத்தில்
தணிகிறது
நித்தியமும்
பொசுங்கிய உதட்டில்
பார்பதெல்லாம் புன்னகைத் தாய்ப்பால்
இருதயம் வெடித்துச் சிதற
கசங்கி வழிகிறதென் மோகம்
நரம்பு புடைக்க வீறிட்டு
எழுமென்னுடலை
கட்டையிலடித்துச் சாத்துகிறது கருணை
கேள்

மரணம் ஆசுவாசம்
மரணம் ஆனந்தம்
மரணம் தண்டனை
மரணம்
ஆளற்ற பெருவனம்
என்
பிணத்தை
எரிக்கிறேன்

26

ததாகன்

நீளம் குறைந்துபோன
தலைமயிரை நீவியபடியே
மகள் கேட்டாள்..
ஆணின் நிர்வாணம்
எப்படி இருக்கும் அம்மா?
பிறகு
ஒருநாள்
புத்தனின் சிலையை
அவளுக்கு
பரிசளித்திருந்தேன்
சிலை
தலை
கோதுகிறது
பரிநிர்வாணம்

27

இலட்சம் எருக்கம் பூக்கள்
மூளைக்குள் வெடித்து,
குருதி கசியும் எட்டாம் நாளின்
தேகமே வாளாகி
உடலைச் செங்குத்தாய் பிளக்கிறது.
விரல்களுக்குள்
அடங்காக் காமம்
கட்டவிழ்ந்து
கால்வழியாக இறங்கி
தரையில் விழுந்து
ஊர்ந்து.
ஊர்ந்து..
ஊர்ந்து...
யுகத்தைத் தாண்டும் வேளை
தீரா
காமத்தீயின் புகை
அறையெங்கும் விரவி
அந்தரத்தில் கழுவேற்றி

மோகம் துளைக்க
உடலுடலுடலுடலவென
ஓங்காரமாய் சப்தமிடுகிறது.
மூர்க்கப் போதையில்
காம விருட்சத்தில்
சண்ட மார்க்கத்தில்
சமர் வேட்கையில்
பூமிப்பிளவுற
தோல்கள் கிழிவுற
ஆழ ஆழமாய்
தோண்டி தோண்டி
என் சவக்குழியில்
நட்ட விதையொன்று
கால்களிடையே
முளைத்த எருக்கம்.

28

இலுப்பைமர விதைகளைத்
தேடியலையும் மயிலின்
வண்ணங்களைச்
சாக்குப்பைக்குள்
நிறைக்கும்
நாடோடியைப் போல்
எனக்கான
வண்ணத்தைத்
தேடிக்கொண்டிருக்கிறேன்.
பஞ்சுப்பொதியைப்போலொரு
நாளை சுமக்கும் கனவைக்
கண்டுகொண்டிருக்கிறேன்.
உண்மையில் அது
விடாய் காலத்துப் பயணத்தைப்போல
அத்தனை அசௌகரியங்களை உள்ளடக்கியதாய்
இருக்கிறது.

29

இந்த நாளின் நடுநிலையில்
தீப்பற்றியெறியும்
வீட்டுமூலையில்
தாகம் தாகம் என்று
அலறுவதைப்போல்
காட்சியை வரைகிறாய்.
இரவெல்லாம் ஒரே
பிரகாசமாய்க் காயும்
நிலவின் திரியைக்
கொஞ்சம் கொஞ்சமாய்
அமர்த்துகிறாய்.
என்னதான் வேதனையோ
இந்த வெளிச்சம் பாவித்த
நோயை ச்சூ ச்சூவென
விரட்டத்துடிக்கிறாய்.
தீக்குச்சி வெளிச்சமற்ற
அமாவாசையில்
நானோ பேதையைப்போல்
ஒருக்களித்து உறங்குவேன்.

30

கடலடியில் இருந்து
புறப்படும்
அருவி
காலை நனைக்கிறது.
மெல்ல ஊர்ந்து
நதியில்
கலக்கிறது.
கடலும்
சிற்றோடையும்
கைகோர்த்தபடி
மலையில் ஏறி
அருவியில்
குதிக்கிறது.
பல
வெள்ளைப்புறாக்களைப் போல்
சிறகு விரித்துப்
பறக்கிறது.

31

கருப்பும் வெள்ளையுமானவொரு
புகைப்படம்
காலத்தை
என் மடியில் இறுக்கியிருந்தது.
தூரமாய் சென்ற
மதுரமான நினைவில்
நிலவை வெறிக்கிறது
எரிமலையின் வெடிப்பில்
சிதறும் துகள்களைப் போல்
கனன்று கொண்டிருக்கிறது.

32

பிரதான சாலையை
விட்டு தள்ளி இருக்கும்
இடுகாட்டைப் போல்
வெறுமையாய்
தனியாய்
சூன்யமாய்
பாதி எரிந்த
பிரேதத்தை போல்
நரம்புகள் புடைத்து
இழுக்கிறது.
இந்த நாளும்
நானும்
மரணிப்பதில்
யாதொரு பயனுமில
என் தங்கமே.

33

ஆமாம்
வேண்டாததாய் தோன்றும்
இந்த உடல்
மிக நீளும்
இரவுநேரப் பாதையில்
காலில் இடறுகிறது.
சொற்றொடரின்
இறுதிப் புள்ளியில்
சடாரென
நினைவிலிருந்து மங்கும்
பைத்தியம் பிடித்த
பூச்சியைப்போல்
நடு வீட்டில் குப்புறச்
சுழலுகிறது.
நாவறண்டு தலைசுழலும்
போதையில்
தண்ணீர் தண்ணீர்
என்றபடியே
இந்த உடல்
மயக்கத்தில் சரிகிறது.

34

கைகளில்
அடங்காச்
சதை
பிதுங்குகிறது
சகா.
மார்பு
வெடிக்கும்
துயர்
நான் தான்
நின்
அன்னையின்
காம்பில்
கசிகிறது
குருதி.

35

ஒரு நாளைக்கடக்க
எந்தவிதப் பிரயத்தனங்களும்
தேவையற்றதென்பதை
அறிவாயா..
கேள்
சுவரிடமும்
கூரையிடமும்
துயரங்களைப் பகிர்ந்தபடியே இரு
அவை
மழைக்காலங்களில்
உனக்காக அழுதுத் தீர்க்கும்

36

சலசலப்புகள்
பிராதானமான
குறுஞ்செய்தியொன்று,
முதல் முறை பிரேதம் நோக்கிய
சிறுமியைப்போல்
குரல் நடுங்க வாசிக்கும் என்னை
துச்சித்து நோக்குகிறது
குறுஞ்செய்தி கண்கள்
வழுக்கும் கரங்களில்
நரம்புப் பற்றுகிறது.
விசையை நோக்கிப்பாயும்
விரலிடுக்கில் வழிகிறது செய்தி.
வெகுதூரம் ஓடிக்களைத்த செய்தியின்
கால்களில் மூச்சுக்காற்று ஓய்ந்து
பெருகும் மகிழ்ச்சியை
தடுப்பாறில்லை தான்
தாண்டவக்களிப்பில்
முகம் மோதும் மேகத்தை
அசைத்து அசைத்து உலுக்குகிறாய்

37

பழைய
இசையைக் கேட்கிறேன்
சிறிதளவு
களிம்பு பூசுகிறது
நினைவுச்சிறகுகள்.
அதே களிப்பு
அதே மோனம்
அதே சுருதி
அதே பாடல்
அதே குரல்
அதே இசை
அதே தாக்கம்
மீண்டும் மீண்டும்
குறுஞ்செய்தி
ஓசை

38

என் பெரும் மோகம்
அடங்க மறுக்கின்ற
நாட்களிலெல்லாம்,
என் முகம்
தட்டையாகிறது
என்னுடல்
அலட்சியத்தின்
முள்ளைப்போல்
குத்திக்கிழிக்கிறது.
என்னறை
நான்கு மூலையும்
ஆணியறையப்பட்ட
சவப்பெட்டியாகிறது.

39

சில பெயரிடாத
நாட்களில்
அற்புதம் நிகழலாம்
இதுவரை
முத்தமிடாத
காதலனின்
நினைவுக்கு
உங்கள் முகம் வரலாம்.
இந்த நாளையே
வாய்க்குள்
அடைக்கும் படிக்கு
ஒரே ஓர் சொல்
உங்களைத் தாக்கலாம்.

40

பிரதமை நாளில் ஓர் தேனீர் இரவு

இலையுதிர் காலத்தின்
கடைசித் தினத்தில்
உதிரும் இலையொன்றில்
உனக்கான கடிதமொன்றை
எழுதத்துவங்குகிறேன்.
சகா..
உன் வனத்தில்
உதிர்ந்த சருகுகளை
இந்தப் பனிகாலத்தில்
தீமூட்டி..
நமக்கானதோர் தேனீரைத்
தயாரிக்கலாம்..
மனக்கிலேசங்கள்
ஏதுமற்ற முன்பனிக்காலத்தில்
தொண்டைக்குழியில் இறங்கும்
அந்த மிதச்சூட்டுத் தேனீரின்
லயத்தில்,
அந்நாளின் ஆரஞ்சுநிற நிலவைக்
கைகளில் அள்ளி அள்ளி
உடலெங்கும்
பூசுகிறாய்.
யாமத்தின் வசீகரம்
யாமத்தின் செங்காந்தள் நிறம்
யாமத்தின் சுந்தரம்
யாமத்தின் நிசப்தம்
யாமத்தின் பித்தம்

யாமத்தின் சௌகர்யம்
யாமத்தின் மிதமிஞ்சிய மோகம்
யாமத்தின் காரணமற்ற காதல்
ஆம்
யாமத்தில் உன்
பூரணியாகிறேன்
சருகின் புகைமணத்தில்
கலக்கும் பனித்துளியாகிறேன்.
எங்கும் நீர்மையால் ஆன
தேனீர் நறுமணம் பரப்பும்
இந்த உடலை
இந்த எல்லாமான
இந்த இரவை
இந்தக் காதலாய் ஆன
இந்தக் கலப்பை
இந்த அணைப்பால் இறுக்கும்
இந்த நீயும் நானுமான
இந்த அற்புதம் நிகழ்ந்த
இந்த யாமத்தை
இந்தப் பிரிவற்ற
இந்தப் பிரியத்தை
என் செய்வேன்
முத்தங்களாய் நீளும்
இந்த ராப்பொழுதை
இந்த ஒற்றை
தேனீர்க்கோப்பையில்
கலப்போம்...

41

சோ'வென்ற மழையில்
அலறும் சிசுவிற்குப்
பாலூறாத மார்க்காம்பை
சப்பக்கொடுக்கும்
தகப்பனைப் போலாகிறதுன்
நினைவுகளும்.

42

இப்பெருயிருளில்
மத்திம
வயதுக்காரியின்
தேகமணைக்கும்
தலையணைக்குக்
காதலன் பெயர்
உண்டு

43

காமம் முலையையழுத்தும்
நாட்களில் இரவு உணவைத்
தவிர்த்திருக்கிறேன்.
மிச்சமாகிவிட்ட
இரவுகளைச்
சோற்றுடன்
சட்டியிலடைத்து,
கலவிக்காய் ஏங்கி,
நீரில் ஊறிப்போன
இந்த இரவை எண்ணியபடியே
காலையில்
பழஞ்சோற்றை அசைப்போடுகிறேன்.

44

கிளிஞ்சலுக்குள்
விரலை நுழைப்பதைப்போல
யோனிக்குள் நுழைக்கிறார்கள்.
எங்கோவோர்
கடற்கரையில்
அம்மணமாய் புரள்கிறார்கள்
உளறியபடி
புணருகிறார்கள்.
மெய்யென ஏதுமற்ற
இந்தக் காட்சியில்
தெரிவதெல்லாம்
வெறும் உடல்
வெற்றுடல்
அடர்த்தியற்ற
வெறும்
நிர்வாணம்.
நெகிழ்தலென்பது
ஈரமான
தார்ச்சாலைப் பயணமென்
தங்கமே.

45

தவம்

உம்மிரு பெருந்தோள்களில்
எனை மீப்பெரும் யாகமாக்கு
கள்ளமூறிய கங்கை பொங்க
வர்ணக்கலவை
வெடிக்கட்டும்
எம்மூளைக்கொரு நெடுந்தண்டனை
சாம்பல் கக்கும் எரிமலையின்
சிறு முனகல் என்னுள்
விடிவெள்ளி மேனியில் உதிர்த்தடங்க
யுகாந்திரமாய் அடங்காத
பருவம் தப்பிய
மலைப்பாம்பின் சீறல்
கானமெங்கும் வளை வளையாய்
வினையகற்றும் சிறு துளை
தோல் போர்த்திய கடுங்குளிர்
அவலட்சணங் கலைந்த
சமுத்திரத் தீர்த்தம்
அண்டத்தைக் கடக்கும் வெம்மை
எம்மிலெங்கும்
இதுவோர் கூதிர் யாமம்
உம்மழைப்பிற்கு
தொடுங்காமம் யான்!!
என் தவங்கலைத்த
நீசன் நீ!!

46

வாசுகி

தொன்மங்களில் இடைச்செருகும்
காநூறாண்டு புதிய காற்புள்ளி,
சருக்கல்களில் பயணிக்கும்
மிதிவண்டியின் சாயலில்
தடதடக்கிறது பாழடைந்த
இலச்சினைக்குறி
மோதிரத்தைச் சுமந்து வந்த
குரங்கொன்றுக்கு
மௌனமாய்த் தியானித்திருக்கும்
மூதாயொருத்தி
ஒரு பக்க மார்பைத்
ததும்ப விடுகிறாள்
யோனிக்குள் கற்பை
திணித்து
வைத்திருக்கும் அன்பரே
காளியின் காலுக்கடியில்

அவளின் உள்ளாடையை
சோதித்துக் கொண்டிருக்கிறீர்..
திமுதிமுவெனத் தாண்டவமாடும்
பைத்தியக்காரன் ஒருவனும்
வில்லை முறித்துச் சவமெறிக்க
பழகும் ஒருவனும்
வாசுகியின்
தோலையுரித்து
செய்த சாட்டையில்
மாற்றி மாற்றி
அடித்துக்கொண்டிருக்கிறார்கள்..

47

மோகமாயோர் கனவு

தாகித்திருக்கும் மேகமாய்
வெளிற இருக்கிறேன்.
விண்கலமொன்றில்
மூச்சுக்குத் திணறும்
மோகம் என்னுள்
புதைந்து கிடக்கிறது.
தூரிகையோடு அப்பியிருக்கும்
கடைசி வண்ணத்துளிபோல்
தண்ணீராய் கறைகிறதென் காமம்.
மங்கலான இரவு விளக்கில்
ஒற்றைத் தீக்குச்சியாய்
உரசிக்கொள்கிறது தொடையிடுக்கு.
சகுனங்களை உடைத்து
தரையில் விழும்
இரட்டை சுவர்ப்பல்லியின் கீச்சல்கள்
உச்சத்தின் முனகலாய்..

என் இனிய
மீப்பெரும் ஞாலத்தின் பெருந்துணையே!!
குன்றுகளிடையே மரப்பாலமாய் உறங்குகிறாய்.
என்னிருதயத்தின் தடதடக்கும்
அதிர்வுகள் கேட்கிறதா?
உனது முன் ஜென்மங்களைப்
பொசுக்க வல்லத்
தீப்பற்றிய ஆழிக்காற்றை
ஒத்திருக்கிறதென் சுவாசம்.
நித்தமும் இரவில்
கிளர்ச்சியோடு பேசி
பக்கம் பற்றியெரிவதை அறியாமல்
காதுமடல் சிவக்க
தேகம் தளர
பிதுங்கி வழியும் சதைகள் அதிர
பின்பொருநாள் காமத்தோடு இசையும் கனவு மட்டும்
தினமும் வந்து தொலைகிறது

48

இவ்விரவே

மலைகளைக் கரைத்துக்கொண்டிருக்கும்
இம்மாமழையின் பேரிரைச்சல்களை
சகிக்கலாகாது சகியே!
மண் கிடுகிடுக்க
பேரிகையாய் நடனமாடும்
அந்நெடுவிருட்சங்களை முறித்து
அனலைக் கூட்டச்செய்..
வானைப் பிளந்து நிற்கும்
இப்பேரிடியின் சப்தங்கள் யாவும்
ஊமையாவதாய் சபித்திருக்கிறாய்
அம்மையே!
பிரபஞ்சத்தையே வாய்க்குள்
அடைக்கும் கொடூர பசியோடு
அலைந்துகொண்டிருக்கும்
கனவுப் பாம்பின்
ஆடையோடு பாலை நீட்டும்

ஔவையே!
'முட்டுவேன் கொல்
தாக்குவேன் கொல்' என
உதட்டை அறைகிறாய்
சாம்பல் நிற உருளையை
மொய்த்துக் கொண்டிருக்கும்
நீலந்தோய்ந்த
இவ்விரவை
புனிதப்படுத்தட்டும்
விரலில் தோய்ந்த
கன்னிமைக் குருதி.

49

தனிமையில்
ஆழ்த்துமென் இரவே..
என் பகையை
உனக்குள் அடைக்கிறேன்..
அடைக்கலத்தைச்
சாதுர்யங்களாய்
கடத்தும் உறக்கத்தைத்
தள்ளி வைக்கிறாய்..
தண்டனைகளை வகைப்புரியும்
நதியில் மஞ்சள் நிற இலைகளை
விழச்செய்கிறாய்..
மூழ்காமல் மிதக்கின்றன
பச்சையம் நீங்கிய
முதுஇலைகள்..
அணைக்கும் விரல்களின்
நகங்களைப் பிடுங்கிக்
கொண்டிருக்கும் தனிமையை
ரகசியமாய் கண்காணிக்கிறேன்

தீப்பந்தமாய்
கொழிந்துவிட்டெறிகிறது
இரவு..
மோகமற்ற
இந்தத் தனிமையை
நடுவிரலுக்கு
படையலிடுகிறேன்
சுரக்கும் கண்ணீரில்
வழிகிறதென்
இரவு..

50

இருளில்
வெடியும் குமிழோசை
சாளரக் கதவைத் தட்டுகிறது.
பிதற்றலுக்கு வெளியே பரவும்
நீர்க்கோளத்தின் சுழலில்
விரவும் காமம்
உன் சின்னஞ்சிறு குருமிளகை வருடும்.
இந்த யாமத்தின் பாதங்களில்,
முதுகை அழுத்தி,
சாபம் உருளும் நித்தியத்தில்
விழிகளை மல்லாத்தி
என்னிதழ் பற்றுமென்
சிறு கோலே
நீ

51

என் பகையே
நெஞ்சைத் துகளாய்
பிளக்குமென்
ஓர்மையை,
விழுங்கும்
துயரை
எனக்கருளும்
நீயேயென்..
தண்டாயுதபாணி
சொல்லக்கூச்சமற்றசையும்
நாவின் நடுவில்
முத்தமிடு
நமோநமஹ

52

பெண்
முத்தத்திற்குக்
காளியின் ரூபம்
ஆண்மையின் அரூபம்
தாண்டவத்தின் ஒலி
பைத்தியத்தின் காதல்
பிரஞ்ஞையற்ற நிலை
மண் வாசனை
பிஞ்சின் ஸ்பரிசம்

53

தனி
யாளியாய்க்
கிடந்துறங்கும்
வெற்றுடல்
படர்ந்ததிர்கிறது
தரை.

54

சாத்தான்கள்
அலைந்தாடும்
தலைகிறுக்க
நடனமிடும்
அறை மூலையில்
செதாம்புகள் செதுக்கிய
வேப்பங்களி யொன்று
பித்தியின் சாபம்
முறிக்கிறது.

55

அடர் இருளில்
படருமுன்
வெள்ளொளி
யாமத்தின் நாசியில்
வீறுகொள்ளுமென்
சிறுமிருகம்
நித்திரை கலைந்து
எழுந்தாடும் தவம்
யாமத்தின் பூரணமாய் விடிகிறது,
மாரெல்லாம் வர்ணங்களைக்
கீந்தி கீந்தி வழியும்
சர்வமும் கலைந்து கிடக்கும்
ஓவியம்
ராத்திரியில்
கமழும் வாசனை
சில மோகினிகளைக்
கட்டவிழ்க்கும்

56

யாமத்தில் நெளிவுறும் சர்பங்கள்
தனிமையின் ஒலியைக்
காதில் கூவுகிறது
விடியா இருள்.
நிலவிடம் கதைக்கும்
வெள்ளை
ராத்திரிகளின்
எண்ணிக்கையைக் கூட்டுகிறேன்
சகா..
இரைப்பைக்குள்
குமிழ்கள் வெடிக்கும்
சப்தம்
நடுயிரவில்
ஊடுருவல் ஏதுமற்றுக் கிடக்கும்
யாமங்களின் மெத்தையில்
சர்பம் நெளியட்டும்.

57

உடலை உடலால் மூடும்
கணங்களில்,
என்னுள்
நழுவுகிறது
நான்.
என் துயரை
உன் உடலால் போர்த்தும் சமயம்
நீலம் பாய்கிறது சகா
உன்
அடித்தொண்டையில்
நீலத்தைப் பாய்ச்சிருப்பது
நான்தான்.

58

பலி வேண்டி
உள்ளங்கை விரித்தாடும்
சிறுதெய்வம் நீ
காளி
நான்
மறவாதே

59

தாபம் தாபமென
மிரளும் ராத்திரிகளின்
சொப்பனம்
உடல் மேலேறி அணைத்தும்
யாமம் சுழலும் நோய்
இயலாமை
எனுமொரு சொல்லை ஈண்டு
விடியும் காலை
நகமொடிந்த
நடுவிரல்களின்
கதைகள் சொல்லும்.

60

அண்ட
சராசரத்தையே
வாய்க்குள் அடைக்கும்
கண்ணனுக்கு
ராத்திரியின் நீளம்
எதுவென்று
தெரியவில்லை.
கட்டிலில் மல்லாந்திருக்கும்
காளிக்குக்
குறட்டை சப்தம்
காதைப்பிளக்கிறது

61

மூலையில்
தலைசாய்த்துறங்கும்
உனக்குத்
தெரிவதில்லை
இராத்திரிகளின்
துயர்
இராத்திரிகளின்
இருள்
இராத்திரிகளின்
நீளம்
இராத்திரிகளின்
மந்தகாசம்
இராத்திரிகளின்
தனிமை
இராத்திரிகள் எப்போதும்
தனியாளியாய்
வால் சுழட்டித் திரிகிறது
இருளின் துயரில்

நடுங்கியபடி
தெருவிளக்கிடம்
தஞ்சமடைகிறது.
நாய்கள் ஊளையிடும்
வீதிகளில்
காதைப் பொத்தியபடி
சஷ்டி கவசம் படிக்கிறது.
ரோட்டோரமாய்
உறங்கும் குழந்தைக்கு
தாலாட்டுப் பாடுகிறது.
காமம் பெருகும்
உடலில்
ஜுவாலையைக்
கூட்டுகிறது
இராத்திரிக்கு
இராசாத்தி
என்று புனைப்பெயர் வைத்திருக்கிறேன்

62

நீள வாக்கில் நறுக்கிய பச்சைமிளகாயை
உணவினூடே
காணும் போதெல்லாம்
உன் காதலி நினைவு வருமென்றாய்.
காதுவரை நீளும்
உரைப்பிற்கு
அவளின்
சின்னஞ்சிறிய மார்க்காம்பில்
தாகம் தணிந்திருந்தாய்.
மதனநீரூராத
யோனிமேட்டில்
புதையுண்டுக் கிடந்ததை
கவலையுடன் பகிர்ந்திருந்தாய்.
நினைவுகளில்
காதலியுடன்
நீ
இருந்தபோதெல்லாம்
என்னிரு தொடைகளை
மிகக்கவனமாய் செயலிழக்கச்செய்திருந்தாய்.
பின்பொருநாள்
அகலப்பிளந்த என்னின் காலுக்கடியிலிருந்து
வேப்பம்பழ வாசனையை
நுகர்ந்ததாகச் சொல்லியிருந்தாய்.

63

கீழாடை விலக்கி
நிமிர்த்திய தொடையோடு
சலனமின்றி
மல்லாந்துகிடக்கிறாள்
என் காளி.
குளியலறையில்
அவிழும்
மார்க்கச்சைக்கு
கசிவு கூடுதல்
சான்றோரே

64

ராத்திரிக்குள் சென்று
இந்த நாளைத்
திகட்ட திகட்ட
மோகித்திருந்தாய்
இந்த இரவின்
பூரணம்
உன்னிடமிருந்து
துவங்கும்
ஒரு சொல்லின்
இறுதியில் ஆரம்பமாகும்
என்கிறேன்.
நான்..

65

வலுவற்ற
இந்த மேனியைக்கொண்டு
ராத்திரிகளைக்
கொளுத்தென்
மெளனமே
நிதம்பத்தாளில்
சர்வமும்
பற்றி எரியட்டும்.

66

காட்டில் தனியாய்
அலையும்
மதம்பிடித்த
பெண் யானை
கனவில் வரும்

இரவுகளில்
என் மகளை
இறுகப்பற்றி
உறங்குகிறேன்.

67

விமோசனம்
அறிந்த
மோகத்தைச்
சாபம் என்கிறாய்
நித்தமும்
வணங்கும்
லிங்கத்தை நோக்கி
பூஜையறையில்
அமர்கிறேன்

68

மோகம்
தீயாய் எரியும் காட்டில்
எனை வீசியெறிகிறாய்
புணர்தலற்ற
விடியலில்
ஆகாசம் நோக்கி
எரிகிறதென்
தழல்.

69

மூர்ச்சையாகும்
மோகம் மூளும்
இராக்களில்,
போர்வைக்குள்
காதலன் பிம்பம்
மெல்ல
மார்க்கச்சையை
அழுத்தும்
கடிதடம்
கவிச்சியடிக்கும்

70

மோகமாய் வழுக்கும்
இத்திருமேனி எங்கும்
முத்தம் பாரிக்கும்
சொப்பனம் காண்கிறாய்.
சர்பம் தீண்டா
இவ்வெற்றுடல்
உறக்கத்தில்
மூழ்கட்டும்

71

மிச்சமாய் கிடக்கும்
மோகத்தைக்
குளியலறை சுவற்றிற்குத்
தாரைவார்க்கிறேன்.
உண்டபிறகான
பசியைக்
கொளுத்து

72

சாத்தான் துரத்தும்
இராவில்
தொடைகளை இறுக்குகிறேன்.
நிரம்பாத மோகத்தைத்
தீராத ராத்திரியில்
தள்ளிவைக்கிறேன்.
என் காமத்திற்குச்
சாத்தானின்
பெயரிடுகிறேன்

73

இராத்திரியில்
தழலாய் எரிகிறதிருள்.
உள்ளங்கை
கதகதப்பில்
என் லிங்கத்தை
வணங்குகிறேன்.
அசைந்து அசைந்து
விசம் கக்கும்
சர்ப்பம்
நாவையும் நீட்டுகிறது

74

முதல் தூமைக்குருதி
வடியும் இரவைப்போல
அடிவயிற்றைத் தடவிக்கொண்டிருக்கிறேன்.
ஒரு கோடி பூனைமுடிகள் கூச்செரிக்கும்
யாமத்தின் பூரணங்களைத்
தள்ளிவைக்கிறாய்..
உள்ளாடையின் இழுவிசைக்கு
எதிர்திசையில் பயணிக்கும் மார்பையும்,
ரோமங்கள் பற்றியெறியும் காமத்தையும்
கட்டவிழ்க்கிறேன்..
வெற்றுடம்பைப்
பிய்த்துண்ணென்
பிரியனே.

75

முலைகளிடையே
சர்ப்பம் ஊறும்
வேளையில்
வயிறழுந்த
மல்லாந்திருக்கிறாள்
என் காளி.
தொண்டைக்குழியிலிறங்கிய
நஞ்சை
வெளியில் துப்புகிறாள்.
சாபம் பாரித்த
ராத்திரியில்
சுருண்டுறங்குகிறது
நிசப்தம்
மத்திம விரலின்
அழுத்தம் வலுக்கும்
பைத்தியத்தோடு
உறங்குகிறாளென்
காளி.

76

கட்டிலுக்கு வெளியே
நீளும் கால்களை
விளிம்பில்
அகட்டி
எக்குகிறாள்
என் காளி..
புதைமேட்டில்
குதப்பி குதப்பி
சரிகிறது மணல்..
காடெரிக்கும்
தணலை
வாளி நீரில்
அணைக்கிறாள்
காளி..

77

முப்பாலும் புகட்டுமுன்
வனமோகினியின்
ஆலிங்கனம்

ஈசனே
சர்ப்பம் சீறும்
ராக்களில்
உன் லிங்கம்
இரட்சிக்கப்படும்..

78

புழுக்கம் புழுக்கம் என்று
காற்றடிக்கும்
திசையில்
நிர்வாணமாய் படுத்துறங்குகிறாள்
காளி..
நடுசாமத்தில்
காதலனோடு
பூட்டிய அறையில்
முணங்கியபடி
இயங்குகிறாள்..
எருக்கம்
பூக்களின்
மத்தியில்
கண்ணயர்ந்து
உச்சத்தில் சரிகிறாள்.
காளி.

79

கழலும் சடையை
முடிந்து
தலையணை செய்கிறாள்
காளி
சிறுகோல் பற்றி
உசுப்பு
ஈசா
முயக்கமெதிரொலிக்க
வனம் நனைக்கட்டுமுன்
இந்திரியம்

80

தீரா நதியொன்று பாயும்
சுழலில்
தாகத்திற்காய்
கையேந்துகிறேன்..
ஒற்றை வரியில்
நிலம் விழும் அருவி
நிழலைப் போல்
துரத்துகிறது.
பகடை ஊமையாகும்
இராக்களில்
தாயம் மறுக்கிறது
ஆன்மாவை
வாசலில் நிறுத்தியபடி
சூலாயுதத்தை
கையிலேந்தி
தன்னையே
புணர்கிறாள்
காளி.

81

இன்னுமோர் உச்சத்தின்
நயமுரை
பிரியே!!
உன்னின்
பெண் நான்!
உன்
நிதம்பக் குழியில்
என்னமுதம்
நிரப்புகிறேன்!

82

சூலாயுதமென்னிதம்பம்
சுழி
நிழலிலுறங்கும்
சர்ப்பத்திற்கு
என்ன பெயர்
சடைமுடியுதறு
கங்கையெனை
நனைக்கட்டும்..

83

என் அந்தரங்கத்தை
நிரப்புமென்
சொப்பனனே
கேள்
என் தெய்வம்
உனதுரு
என்னெஞ்சைப்
பிளந்துனக்குப்
படைக்கிறேன்

84

அரவத்தின்
வசீகரமான
கங்குன் சொல்
அம்மையே!!
எம் மூளையை
மொய்க்கும்
அற்பரவை
யானும்
ஞாலமென்கிறீர்
உன்மத்தங்கொண்டு
உறுமும் நின்
முதற்சொல்
எம் அண்டத்தை
நசுக்கவல்ல
வேழம்

85

தீயாயெறியும்
காதலுக்கு
உயிர்வதை
என்று பொருள்..
நமது அறைக்கோ
சிறையின் சாயல்..
கட்டிலுக்குப்
பலிபீடத்தின்
கம்பீரம்..
தற்கொலை இங்கு
சகஜம் கண்ணா..
என் பிணத்தை
அலங்கரிக்கும்
பூக்களுன்
முத்தங்கள்
தான்.

86

தனிமைக்குத்
தீயிலொழுகும்
நிண ருசி..
வாடையோ..
புழுக்களலையும்
பிரேதம்..
என்னிந்தத் தனிமைக்கு
என்னைக் கொலைசெய்து
எனக்கே
படையலிடுகிறேன்..

87

எனதிந்தப்
பகலை
அறுத்துண்
அஸ்தமனத்தின்
தேனீர்க் கோப்பையில்
ததும்பும்
இச்சூட்டால்
தொண்டை நிறையட்டும்

88

தொடையை நனைத்துக்
கசியும் இந்திரியத்திற்கிங்கு
நிணவாடை..
கைகளைக் கட்டி
ஓங்கிப்புணரும் கட்டிலுக்குச்
சாப்பறையின் சாயல்..
நீ
புரிவதிங்கு
சாத்தொழில்தான்..

89

என்னிரவைத்
திண்ணக்கொடுக்கிறேன்
காமத்தை
மெல்லக் கீறி
காதலாய்ச்
சவைத்துண்கிறாய்
உன்
கடைவாயில்
வழிகிறதென் ருசி
பெருங்கூச்சலிடும்
இருளை
நிரப்புமுன்
தீரா மௌனத்தில்
என்
தாகத்தை
மெல்லக்குடி

90

யாமத்தில்
மூடாது
வெறித்திருக்கும்
காளியின் விழிகளில்
செந்தழலெரிகிறது.
நீலனே
யுன்
மூன்றாம் இமையை
மலரச்செய்
மஞ்சத்தில்
பாதித் திறந்தமார்போடு
கூரையை வெறிக்கிறாள்
காளி.
குளிர் பகலில்
பல்லிகள் சல்லாபித்தபடி
சலங்கை நர்த்தனத்தோடு
சப்தமிடுகிறது.

சலங்கையைக் கழட்டி
பல்லியின்
காலில் அணிய வேண்டும்.

www.ingramcontent.com/pod-product-compliance
Lightning Source LLC
LaVergne TN
LVHW060142051026
849517LV00007B/2534

மிக நீண்ட உடலின் துயரம்